വാടാമലരുകൾ

ശൈലജ ഒ.കെ

സ്നേഹിച്ചു, ലാളിച്ചു കൊതിതീരുന്നതിനു മുൻപേ
പൊലിഞ്ഞു പോയ പൊന്മകനേ, വിണ്ണിലൊരു താരമായി
അമ്മയെ നോക്കി പുഞ്ചിരി പൊഴിക്കുന്നുവോ..പ്രിയ മകൻ
റോഷിൻലാൽ നിനക്കായ് സമർപ്പിക്കുന്നു ഈ
അക്ഷരമുത്തുകൾ.

ഉള്ളടക്കം

ഉള്ളടക്കം

ഉള്ളടക്കം

ഉള്ളടക്കം

ആമുഖം

ജീവിതയാത്രയിൽ ഏറെ ഇഷ്ടം എഴുത്തും, വായനയും ആയിരുന്നു.പക്ഷെ വിദ്യാർത്ഥിജീവിതത്തിൽ മാത്രം അതിനുള്ള അവസരം ചെറുതായി കിട്ടിയെങ്കിലും, വിവാഹത്തിന് ശേഷം ഗതി മാറി.കുടുംബം, അധ്യാപനം എന്നീ കർത്തവ്യത്തിൽ മാത്രം ഒതുങ്ങികഴിയവേ, ആകസ്മികമയുണ്ടായ അനാരോഗ്യം എല്ലാ പ്രതീക്ഷകളേയും തകിടം മറിച്ചു. എഴുത്തും, വായനയും എനിക്ക് അന്യമായി.

അങ്ങനെയിരിക്കെ കോവിഡ് മഹാമാരി എല്ലാവരെയും വീടിനുള്ളിൽ തളച്ചിട്ടപ്പോൾ, എന്നോ ആ സ്ഥിതിയിൽ യാത്രചെയ്യുന്ന എനിക്ക് അതൊരു പുതുമയായയോ, ആശ്ചര്യമായയോ, വീർപ്പുമുട്ടലായയോ അനുഭവപ്പെട്ടില്ല. വിധിവൈപരീത്യം എന്ന് പറയട്ടെ, എല്ലാവരും ഓൺലൈനിൽ ആയി. ഉർവശീശാപം ഉപകാരം എന്ന പഴമൊഴി പോലെ
ഓൺലൈനിലൂടെ എനിക്ക് ബന്ധുമിത്രാദികളുമായി സംവദിക്കാൻ കഴിഞ്ഞു.
ജീവിതം തന്നെ കഥയായി മാറിയ എന്റെ നേരനുഭവങ്ങൾ വരികളിൽ പകർത്തി. ഒരു മൺചിരാതിൻ വെട്ടം പോലെ വെളിച്ചമേകി.
സന്മനസ്സുകളായ സൗഹൃദങ്ങളുടെ പ്രചോദനം, പ്രോത്സാഹനം എന്നിൽ ഉണർവേകി.
സൗഹൃദക്കൂട്ടായ്മയിലൂടെ കിട്ടിയ അക്ഷരമാണിക്യം...
മകളായി ഹൃദയത്തിൽ സ്ഥാനം പിടിച്ചു. പ്രശസ്ത

എഴുത്തുകാരിയും, കവയിത്രിയുമായ ശ്രീമതി ഗീത സതീഷ്. വൈക എന്ന തൂലികാനാമത്തിൽ അറിയപ്പെടുന്ന പ്രിയ മകളുടെ ഉദ്യമം ഒന്ന്കൊണ്ടു മാത്രം ആണ് ഇങ്ങനെ ഒരു കഥാസമാഹാരം രൂപപ്പെട്ടു പുറത്തിറക്കാൻ ഭാഗ്യം ലഭിച്ചത്. ഇതിനു വേണ്ട എല്ലാ സഹായസഹകരണവും, പ്രയത്നവും ചെയ്ത പ്രിയ മകൾ വൈകയോട് ഹൃദയം നിറഞ്ഞ നന്ദി സ്നേഹം.എന്നെ സ്നേഹിക്കുകയും, പ്രോത്സാഹനം നൽകുകയും ചെയ്ത എന്റെ കുടുംബം, സുഹൃത്തുക്കൾ, സാമൂഹ്യമാധ്യമങ്ങളിലൂടെ പ്രചോദനം നൽകിയ പ്രിയ കഥാമിത്രം സാരഥി ശ്രീ റോബിൻ പള്ളുരുത്തി, മറ്റു മിത്രങ്ങൾ, സഹപാഠികൾ, സഹപ്രവർത്തകർ, വിദ്യാർത്ഥികൾ, വന്ദ്യഗുരുനാഥന്മാർ എന്റെ കൂടപ്പിറപ്പ്, മരുമകൻ, എല്ലാവരെയും ഈ അവസരത്തിൽ നന്ദിയോടെ സ്മരിക്കുന്നു..

മുഖവുര

ശൈലജ. ഒ. കെ. വിഷ്ണുമംഗലം

കോഴിക്കോട് ജില്ലയിൽ അഴിയൂരിൽ ജനനം. അച്ഛൻ :കൃഷ്ണൻ, അമ്മ :ദേവൂട്ടി. അഴിയൂർ ഈസ്റ്റ്. യു. പി. സ്കൂൾ, അഴിയൂർ സെക്കന്ററി ഹൈസ്കൂൾ, മടപ്പള്ളി ഗവ :കോളേജ്, മൂവാറ്റുപുഴ ടീച്ചേഴ്സ് ട്രെയിനിങ് സെന്റർ, എന്നിവിടങ്ങളിൽ വിദ്യാഭ്യാസം. വിഷ്ണുമംഗലം എൽ. പി. സ്കൂൾ അധ്യാപികയായി ഇരുപത്തേഴ് വർഷത്തെ സേവനം,2013ൽ വോളന്ററി റിട്ടയേർമെന്റ് ചെയ്തു..

ഭർത്താവ്. കുഞ്ഞിരാമൻ

മക്കൾ :ഹണീഷ്കുമാർ (മകൻ)

റോഷിൻലാൽ (മകൻ)

അനഘാരാമൻ (മകൾ) റയാൻ (ചെറുമകൻ)

വിലാസം

ശൈലജ. ഒ. കെ

മഠത്തിൽ (H)

വിഷ്ണുമംഗലം (P. O)

കല്ലാച്ചി

വടകര

കോഴിക്കോട്

കേരള

Ph.9846125875

First Published on : June 2022

Type Setting & lay out : Vaika

Cover Picture : Ananya Satish Pisharody

Cover Design : Robin Palluruthy

Language : Malayalam

കടപ്പാട്

എഴുത്തിന്റെ ലോകത്ത് എനിക്ക് മാർഗ്ഗദീപമായി തീർന്ന പ്രിയ സൗഹൃദങ്ങളോടും, ഗുരുസമാനരായ വിശിഷ്ടവ്യക്തിത്വങ്ങളോടും വന്ദ്യമാതാവിനോടും എന്റെ വരികളെ അച്ചടി മഷി പുരട്ടി മനോഹരമാക്കി പുസ്തകരൂപത്തിലെനിക്കു സമ്മാനിച്ച പ്രിയ മകളായ വൈകയോടും പുസ്തകത്തെ വർണ്ണാഭമാക്കിയ കുഞ്ഞു മോൾ സോനുവിനോടും ജീവിതകാലം മുഴുവൻ ഞാൻ കടപ്പെട്ടിരിക്കുന്നു.

അവതാരിക

ശ്യാമള ഹരിദാസ്

കവിയുടെ മനസ്സിന്റെ ഉത്പന്നമാണ് കവിത. ശ്രീമതി. ഒ. കെ. ശൈലജ ടീച്ചറുടെ മനസ്സിൽ നിന്നും ഉറഞ്ഞൊഴുകുന്ന ഉദാത്തമായ കവിതകളാണ് "വാടാമലരുകൾ "എന്ന കവിതാസമാഹാരത്തിൽ ഉള്ളത്. കാവ്യസൗന്ദര്യം ചിലർക്കെങ്കിലും വിലോഭനീയമായ ഒരു കിനാവാണ്. അത്തരത്തിലുള്ള ഒരു കിനാവാണ് ടീച്ചറുടെ വരികൾ.

കവിത ആന്തരസത്യമാകുമ്പോഴാണ് വായനക്കാരന് മികച്ച വിഭവമായി പരിണമിക്കുന്നത്. രചനാശീലം കവയിത്രിയുടെ ആത്മാവിന്റെ സ്വപ്നമാണ്.

ഓരോ കവിതയുടെയും ഭാവരസം വായനക്കാരിലേക്കു എത്തിക്കാനുള്ള കഴിവ്, അതിലെ ഓരോ വരികളും ഒരു വാങ്മയ ചിത്രമായി നിൽക്കത്തക്കവിധമുള്ള രചനാവൈഭവം. ചിലത് സങ്കീർണ്ണമാനസികാവസ്ഥയെകുറിച്ചും, അതിലേക്ക് നയിച്ച പശ്ചാത്തലങ്ങളെകുറിച്ചും ചിന്തിക്കുന്ന ഭാവനയാണ്. അനുഭവത്തിന്റെ തീച്ചൂളയിൽ നിന്നും ഉതിർന്നു വീണ വരികൾക്ക് മറ്റു മനസ്സുകളെ സാന്ത്വനിപ്പിക്കാനും, സ്നേഹം വളർത്താനുമുള്ള ശക്തിയുണ്ട് എന്നത് ലളിതപദങ്ങളാൽ കവയിത്രി സൂചിപ്പിക്കുന്നു.

"മകനേ "എന്ന കവിതയിൽ അകാലത്തിൽ വിട പറഞ്ഞു പോയ മകനെയൊർത്തു തേങ്ങുന്ന മാതാവിന്റെ ആത്മരോദനമാണെങ്കിൽ,"യാത്രാമൊഴിയില്ലാതെ "എന്ന കവിതയിൽ മകന്റെ ആത്മാവിനോടുള്ള തേങ്ങലാണ്."ശൂന്യത "എന്ന കവിതയിൽ ക്കൂടി നമ്മെ ഉത്ബോധിപ്പിക്കുകയാണ് നമ്മുടെ ശരീരവും, മനസ്സും, ആത്മാംഗവും എല്ലാം കടമാണ്. ഇതിൽ അഹങ്കരിക്കാതെ, ദുരന്തങ്ങളോരോന്നും ഏറ്റുവാങ്ങുമ്പോഴും നമുക്ക് തിരിച്ചറിവ് വരുന്നില്ലല്ലോ എന്ന് വിലപിക്കുന്നു "വിലാപം "എന്ന കവിതയിൽ.നൊമ്പരമാം മധുര ചുംബനം എന്ന കവിതയിലൂടെ തപിപ്പിക്കുന്ന ഒരാത്മാവിൽ നിന്നും ഉറന്നൊഴുകുന്ന സ്നേഹാധിക്യത്തിന്റെ വികാരാദ്രമായ അനുഭൂതികളാണ്. നൊമ്പരങ്ങളാകുന്ന മധുരചുംബനം പോലെ സ്വപ്നങ്ങളെല്ലാം വ്യാമോഹമായി അവശേഷിക്കുന്നു എന്നതാണ് രചയിതാവിന്റെ കണ്ടെത്തൽ.ഈ കവിതാസമാഹാരത്തിലെ കവിതകൾ ഓരോന്നും ഹൃദയത്തെ തൊട്ടുണർത്തുകയും, ഏകാന്തതകളിൽ തളിരിടുന്ന പൂക്കിനാവുകളായി നമ്മെ ആനന്ദത്തിലാറാടിക്കുകയും

ചെയ്യുന്നു. ശൈലജ ടീച്ചർക്ക് തുടർന്നും എഴുതുവാനുള്ള പ്രചോദനം ഉണ്ടാവട്ടെ. എല്ലാ ഭാവുകങ്ങളും നേരുന്നു.

Syamala Haridas ,Kongad.

1. പ്രത്യാശ

വേർപാടിൻ വേദന തളം
കെട്ടിയ മനസ്സിൻ വിങ്ങലിൽ
ആശ്വാസത്തിന്റെയൊരു കുഞ്ഞു
കൈത്തിരി വെട്ടമായി
പാറുന്ന മിന്നാമിന്നിയായി
വന്നുവല്ലോ നിങ്ങൾ
നിദ്രയിൽ കിനാവിന്റെ
പൂന്തോപ്പിൽ വിരിയുന്ന
സ്നേഹപ്പൂക്കളാൽ
കുഞ്ഞു വെട്ടമായി ശോഭ
നൽകാനെത്തിയല്ലോ
നോവുമെന്നോർമ്മകൾക്ക്
പുതുനിറമേകിയല്ലോ
നന്ദിയോതട്ടെ സൗഹൃദങ്ങളെ
പ്രത്യാശയേകിയ നന്മതൻ
ആത്മമിത്രങ്ങളെ.

2. ഓണനിലാവ്

തിരുവോണനിലാവ് പരന്നല്ലോ
ഓമനപൈങ്കിളി വന്നല്ലോ
ചിങ്ങനിലാവ് ചിരിച്ചല്ലോ
ചിത്തിരപ്പൂവ് വിടർന്നല്ലോ
മുല്ലയും, ചെത്തിയും, ചെന്താമരയും..
കിന്നാരമോതിയുണർന്നുവല്ലോ
അല്ലിപ്പൂക്കൾ പറിക്കാലോ
തുമ്പപ്പൂവിതാ വിളിക്കുന്നു
മന്ദം മന്ദം തലയാട്ടിക്കൊണ്ടിതാ
മുക്കുറ്റി, മന്ദാരം, ചേമന്തിയും
പൂവിളി പൂവിളി പാട്ടുമായി
പൂവാടി തോറും പറന്നുവല്ലോ
തിരുമുറ്റം മെഴുകിയൊരുക്കേണ്ട
അത്തപ്പൂക്കളമോരുക്കണ്ടേ
മാവേലി മന്നനെ വരവേൽക്കാൻ
മാമല നാടുമൊരുങ്ങിയല്ലോ
ഓണസദ്യയൊരുകുന്നൂ
അമ്മയുമച്ഛനുമമ്മൂമ്മയും
ഓണാക്കോടിയണിഞ്ഞുവല്ലോ
ഓണപ്പാട്ടുകൾ പാടിക്കൊണ്ട്
ഓണത്തപ്പനെ വരവേൽക്കാൻ
ഓണത്തുമ്പി നീയും വായോ
ഊഞ്ഞാലാടി കളിക്കാലോ, ഒപ്പം ചേർന്നു രസിക്കാലോ

3. മൂകമാം വിദ്യാലയം

പുത്തനുടുപ്പും പുള്ളി ക്കുടയുമായി
പുതുമഴ യോടൊപ്പം തുള്ളി കളിച്ചും
വിദ്യാലയാ ങ്കണ ത്തിലെ ത്തേണ്ട
മക്കൾ ഓൺലൈനിലായി..
ആശ്ച ര്യ മെന്ന ല്ലാതെന്തു പറയാൻ
കളി ചിരിയോടെ പാടി പഠി ക്കേണ്ട
പാഠ ങ്ങളോരോന്നുമൊ -
റ്റ യ്ക്കിരുന്നല്ലോ പഠി ക്കുന്നു.
കാലത്തിനൊത്തു നീങ്ങാനവനും
ബാല്യ ത്തിൽ ത്തന്നെ പഠി ക്കുന്നു
വഴിയോര കാഴ്ചകളും ചാറ്റൽ
മഴയുമൊക്കെ അന്യമാകുന്നുവോ
ശിഷ്യരെ വരവേൽകാ നായിട്ടൊ-
രുങ്ങിയ സരസ്വതി ക്ഷേത്രമോ
നിർജീവ മായി നിസ്സ ബ്ദ മായി
നിഷ്കളങ്ക ബാല്യത്തിൻ
പൊട്ടിച്ചിരിയും പിണക്കവും
കാണാനാകാതെ തേങ്ങുന്നു..
മാതൃ വാത്സല്യവും വിജ്ഞാന വു മേകാൻ
അധ്യാപിക യെയൊന്നു തൊടാൻ
പിഞ്ചിളം മനസ്സ് വെമ്പുന്നു..
മാറട്ടെ ഈ കാലമത്രയും
വേഗം പോയിടട്ടെ...

കുഞ്ഞു മനസ്സുകൾ
വിജ്ഞാനം നുകരാനായി
കൂട്ടുകാരോടൊത്തു പോകട്ടെ..
ആടി കളിച്ചും... പാറി പറന്നും
വിദ്യ നേടട്ടെ... വിജയിക്കട്ടെ
മുഖ രിത മാകട്ടെ വിദ്യാലയം

4. മലനാട്

കേരം തിങ്ങും കേരള നാടേ
കേളിയെഴുന്നൊരു മലനാടേ
മാനും, മയിലും ചാഞ്ചാടും
മരതകപ്പട്ടണിഞ്ഞ മലയാളം
കാടും, മേടും കാട്ടാറുമൊഴുകുന്ന
പച്ചപുതച്ചൊരു മലനാട്
കായലും, പുഴയും ശാന്തമായോഴുകുന്ന
വശ്യമനോഹരിയാണെന്റെ നാട്
ഓണപ്പാട്ടിൻ, വഞ്ചിപ്പാട്ടിൻ
ഓട്ടൻതുള്ളലിൻ നാടല്ലോ
ഓണവും, പെരുന്നാളും ബക്രീദുമൊക്കെ
സന്തോഷത്തിൻ നാളല്ലോ
മനുഷ്യരെല്ലാരുമൊന്നായി
കഴിഞ്ഞ മാവേലി വാണൊരു നാടല്ലോ

5. മർമരം

നിനവിലും കനവിലും
കാണും ചില സ്വപ്നങ്ങൾ
കേൾക്കും ചില മർമരങ്ങൾ
വിദൂരതയിൽ അവയെല്ലാം
മാഞ്ഞു പോകുന്നു
ആകസ്മികമായി പെയ്യുന്ന
ചില മഴ തുള്ളികൾ
വരണ്ടുണങ്ങിയ ഹൃത്തിനെ
തരളിതമാക്കുന്നു
സ്നേഹാമൃതം ചൊരിയും
നീർക്കണങ്ങൾ കൈ
കുമ്പിളിൽ തന്നെ വെയ്ക്കാൻ
മോഹിക്കുന്നുവല്ലോ

6. പെയ്തൊഴിയാത്ത സ്വപ്നങ്ങൾ

ഓർമകളിൽ തെളിയുന്ന
ചിത്രങ്ങളേറെയും..
നിറം മങ്ങിതുടങ്ങിയെങ്കിലും
അവയോരൊന്നും പൊടി തട്ടി
മിനുക്കിയെടുക്കട്ടെ ഞാൻ
സ്വപ്നങ്ങളും, പ്രതീക്ഷകളും
ചാലിച്ച നിറക്കൂട്ടുകൾ
മാഞ്ഞു പോകുമ്പോൾ
വല്ലാതെ നോവുന്നുവോ
പലതും പൂർണ്ണമായില്ല
എങ്കിലും മനസ്സിന്നടിത്തട്ടിൽ
മായാത്ത ചിത്രങ്ങളായി
മാറാലയിൽ പൊതിഞ്ഞു
കിടക്കുന്നുണ്ട് കേടു വരാതെ
പെയ്തൊഴിയാത്ത മേഘം പോലെ.

7. നവരത്നഹാരം

അക്ഷരങ്ങളെ പുണർന്നു
എഴുത്തിനെ പ്രണയിച്ചവൾ
അനന്ത നീലിമയാം
ആഴിതന്നഗാധതയിൽ
ഊളിയിട്ടിറങ്ങി
മുത്തും പവിഴവും പെറുക്കി
കൊരുത്തൊരു കവിതയാകും
മണിമാല പ്രിയസഖിക്കു
ചാർത്തിടട്ടെ ഞാനെന്റെ
ഹൃദയം കൊണ്ടെഴുതിയ
നവരത്ന ഹാരം

8. മത്സരം

ഇളം വെയിൽ കസവു
നൂൽ കൊണ്ടു പട്ടുടയാട
നെയ്യുന്നതെൻ മേനിയിൽ
ചാർത്തുവാനോ സഖി
എൻ മേനിയഴക് കൂട്ടാനോ
കൊന്നപ്പൂ പൂത്തുലഞ്ഞത്
എന്റെ ജാലകപഴുതിലൂടെ
എന്നെ നോക്കി കണ്ണിറുക്കുന്നത്
നിന്നോടൊപ്പം കളിയാക്കി
ചിരിക്കാനായിരുന്നോ
എന്റെ മുടിയിഴകളിൽ
തഴുകിയുമ്മവെയ്ക്കാനായി
തിടുക്കം കാണിക്കും മാരുതനോ
നിന്നെക്കാൾ കുസൃതി
കൊഞ്ചും മൊഴികളാലെ
ന്നോടു കഥ പറയും
പച്ചപനങ്കിളിക്കോ
എന്നോടിഷ്ടമേറെ
നിങ്ങളെവരുമെന്നെ
സ്നേഹിക്കാനായി
മത്സരിക്കുന്നുവോ
എനിക്കേറെ പ്രിയരാം
സൗഹൃദങ്ങളല്ലോ നിങ്ങളെല്ലാം

9. വാടാമലരുകൾ

നോവുകളും
നൊമ്പരങ്ങളും
കോർത്തിണക്കിയ
അക്ഷരങ്ങളാകും
വരികളാൽ നിറച്ചൊരു
പൂക്കൂടയാണെന്റെ
കവിതകൾ
വിചാര വികാരങ്ങളുടെ
നിറച്ചാർത്തുകൾ
പ്രതികരണങ്ങളുടെയും
പ്രതിഷേധത്തിന്റെയും
ബഹിർസ്ഫുരണം
സ്വപ്നങ്ങളുടെയും
പ്രതീക്ഷകളുടെയും
ബിംബങ്ങൾ
സ്നേഹത്തിന്റെയും
വിസ്മയത്തിന്റെയും
ഏകാന്തതയുടെയും
നിറവാർന്നൊരു
ചിത്രസംയോജനം
പ്രകൃതിയിലെ സർവ്വ
ചരാചരങ്ങളിലും ദർശിക്കുന്ന
ജീവചൈതന്യം

സഹജീവികളുടെ ഹൃദയ
തുടിപ്പുകൾ
ഭൂമിയുടെ സ്പന്ദനം
കാറ്റിന്റെ തലോടൽ
മണ്ണും വീണ്ണും ഇഴ
ചേർന്നുള്ളൊരു
പ്രണയം
പ്രണയവർണ്ണങ്ങൾ

10. യാത്രാമൊഴിയില്ലാതെ

ഒരു യാത്രാമൊഴി നൽകാതെ
നീയകന്നുപോയ വേളയിൽ
എൻ മിഴികളൊഴുക്കിയ കണ്ണുനീർ
എൻ നെടുവീർപ്പുകൾ
മായാതെ, മറക്കാതെ
നിന്നോർമ്മകളിന്നും
തെളിഞ്ഞു നിൽപ്പൂ
ശരീരം കൊണ്ടു
നീയകന്നു പോയെങ്കിലും
എന്നുമെൻ ഹൃദയം
നിനക്കായ് തേങ്ങുന്നു
ഓമലേ നിന്നാത്മാവിനു
നേരുന്നു ശാന്തിഗീതം

11. വിലാപം

സ്വാർത്ഥതയുമാർത്തിയു-
മഹന്തയുമവിവേകവുമല്ലോ
നിൻ മുന്നിൽ പ്രളയമായും
ഉരുൾപൊട്ടലായും, മഹാമാരിയായും
താണ്ഡവം ചെയ്യുന്നൂ
ദുരന്തങ്ങളോരോന്നായിട്ട -
നുഭവിക്കുമ്പോഴും തിരിച്ചറിവു
ണ്ടാകുന്നില്ലല്ലോയെന്നോർത്തു
എൻ മനം നോവുന്നു
സസ്യലതാദികളെ വെട്ടിനിരത്തി
നീരുറവകളെ മലിനമാക്കി
കുന്നുകളിടിച്ചു നിരപ്പാക്കി
ജെ സി ബി യുടെ കരാളഹസ്തങ്ങളാൽ
മലകളിടിച്ചു മറിച്ചിടുമ്പോൾ
എന്റെ ഹൃദയം പിടയ്ക്കുന്നത്
നീയറിഞ്ഞില്ലല്ലോ...
എന്റെ കണ്ണീർ വീഴുന്നത് നീ
കണ്ടില്ലെന്നു നടിച്ചതല്ലേ..
പരിണത ഫലമോ...ഈ ദുരന്തങ്ങളും, ദുരിതങ്ങളും
നിന്നെ വിഴുങ്ങിക്കൊണ്ടിരിക്കുന്നു.
ഇനിയും നീയെന്നെ ചൂഷണം
ചെയ്യുകിൽ ജീവഹാനിയല്ലാതെ
മറ്റൊന്നുമവശേഷിക്കില്ലന്നോർക്ക നീ....

12. സ്വപ്നങ്ങൾ

ഒറ്റയ്ക്കായിരുന്നപ്പോൾ നിന്നെ ഞാനൊരുപാട്
സ്നേഹിച്ചിരുന്നു
സ്വപ്നങ്ങളെ നിങ്ങളെന്റെ
മനസ്സിലെ മൃദുല വികാരങ്ങളെ
താലോലിച്ചിരുന്നു....
എന്നിലെയെന്നെ നീ തിരിച്ചറിഞ്ഞുവല്ലോ
എന്നെ ഞാനാകുവാൻ
പ്രേരിപ്പിച്ചുവല്ലോ
ഞാൻ പോലുമറിയാതെയെന്റെ
ഹൃത്തിലെ നൊമ്പരങ്ങളുടെ കലവറ
തുറന്നു നീ കൈത്തിരി വെട്ടമേകി
ഇരുളിൽ നിന്നുമെന്നെ പുലരിയുടെ വിരിമാറിലെ
പ്രഭയും, സൗരഭ്യവുമാസ്വദിക്കാനായി
മണ്ണിലേക്കിറങ്ങിയല്ലോ
മണ്ണും വീണ്ണും എന്നെ സ്നേഹത്താൽ
വാരിപ്പുണർന്നു പുഞ്ചിരിയേകിയല്ലോ...

13. ശൂന്യത

എന്റേതെന്ന് നീ
യവകാശപ്പെടുന്നതെല്ലാം
നിന്റേതു മാത്രമാണോ
നിന്നുയിരും നിന്നുടലും
നിൻ ശ്വാസനിശ്വാസവും
നിനക്ക് സ്വന്തമെന്നോ
ഊഴിയിൽ വന്നു പിറന്ന
നാൾ മുതൽ നീ -
യനുഭവിക്കുന്നതെല്ലാം
നീ കൊണ്ടു വന്നതോ
അതോ സർവേശ്വരനേകിയതോ
പ്രകൃതിയും ധരണിയും
വായുവുമാകാശവും
ജലവുമഗ്നിയുമെല്ലാം
നിന്റെ സൃഷ്ടി യാണോ
എന്തിനാണ് നീയഹങ്കരിക്കുന്നത്
നിന്റേതല്ലതൊന്നുമെന്ന
സത്യം തിരിച്ചറിയൂ
ഒരു നാൾ ദേഹവും ദേഹിയും
വിട്ടു പിറന്നു വീണ മണ്ണില
ലിയേണ്ട പഥികർ നാം

14. മരം

പ്രകൃതി മനോഹരി പുഷ്പിണി
നിൻ ലാവണ്യവും സൗരഭ്യവും
മനുജർക്കേറെ സുഖദായകം
കിളികളും പൂക്കളും ഫലങ്ങളും
ശലഭങ്ങളും വിരാജിക്കുന്ന
വൃക്ഷലതാദികൾ നിനക്കേകുന്നു
ജീവവായുവും ജീവജലവും
കുളിർ കാറ്റേകുന്ന മരങ്ങൾ
നിനക്കുപകാരിയായയല്ലോ
വളരുന്നതാഹ്ലാദത്തോടെ
നീയവയ്ക്കു കോടാലി വെയ്ക്കാതെ
നിൻ കരങ്ങളാലൊരു തൈ
നടൂ നിൻ കടമ നിറവേറ്റൂ
നിന്റെ ജീവിതോദ്ദേശം
പ്രകൃതിസംരക്ഷണമാകട്ടെ
വരും തലമുറയ്ക്കായ് ചെയ്യുന്നൊരു
പുണ്യപ്രവൃത്തിയല്ലോ അത്
മരം ഒരു വരമെന്നത് മഹത്വമാണല്ലോ

15. പ്രതീക്ഷ

ഒരു വിരൽ തുമ്പിനാലെൻ
ഹൃദയത്തെ ചേർത്തു നിർത്തി
നീയകലേക്കു മറയാതെ
മറയുന്നുവോ സഖി
അകലെ മറഞ്ഞെങ്കിലും
മറയാതെയിന്നുമെൻ
ഓർമ്മകളിലൊരു കിനാവായി
ആകാശ വീഥിയിലങ്ങനെ
തോരാത്ത മഴയിൽ
തീരാനോവുമായി
നിന്നെയും പ്രതീക്ഷിച്ചിരിപ്പൂ...

16. മകനേ

ഓമനേ നിൻ രൂപമെൻ
കണ്ണിലില്ലെങ്കിലുമെന്നു -
മെൻ മനതാരിൽ
നിറഞ്ഞു നില്കുന്നു
അകാലത്തിൽ നീയെന്നെ
വിട്ടുപോയെങ്കിലും വീണ്ടു -
മെൻ ഹൃത്തിൽ പുനർജനിച്ചല്ലോ
മാനസപുത്രനായിട്ടമ്മയ്ക്ക്
ആശ്വാസമേകാനായി
സൂര്യനായും, ചന്ദ്രനായും
താരകങ്ങളായും, പ്രഭയേകിക്കൊണ്ട്
മാതാവിൻ ചാരെയുണ്ടല്ലോ നിത്യവും
ഇളംതെന്നലിൻ തലോടലായി
അമ്മയറിയുന്നൂ നിന്റെ സ്പർശം
പൂവിൻഗന്ധത്തിലും ഞാനറിയുന്നൂ
നിൻ മേനിയിലെ വിയർപ്പിൻ മണം
നിന്റെ സ്വരവും, സാമീപ്യവും
തൊട്ടറിയുന്നുണ്ടെപ്പോഴും
പെറ്റമ്മയെ വിട്ടുപോകില്ലോരിക്കലും
കണ്ണിനു കണ്ണാം കണ്മണി

17. മാറ്റുവിൻ പഴയ ചട്ടങ്ങൾ

സ്വപ്നങ്ങൾ ത്യജിച്ച്
ത്യാഗം സഹിക്കാനായി
പിറന്ന മണ്ണിൽ നിന്നും
പറിച്ചു നടപ്പെട്ടവൾ
അവൾ തൻ നാമമല്ലോ
അബലയാമംഗനയെന്ന്
പിറന്ന മണ്ണിനേയും
ജന്മഗൃഹത്തെയുമ
വളുപേക്ഷിക്കുന്നു
പുതു മണ്ണിലേക്കവൾ
പറിച്ചു നടപ്പെടുന്നു
ആ മണ്ണിൻ ഫലപുഷ്ടി
യവളെ വളർത്തുമോ
കീടങ്ങളവളെ തളർത്തുവോ
സ്ത്രീജന്മം സഹനജന്മം
ആരുടെയൊക്കെയോ കൈയ്യിൽ
ഒരു പമ്പരമായി പാവയായി
അവർ കൊട്ടുന്ന താളത്തിന്
കറങ്ങുന്നൂ വട്ടം കറങ്ങുന്നൂ
സ്വാതന്ത്ര്യമവൾക്കുമവകാശം
ആത്മാഭിമാനമവളുടെയന്തസ്സ്
പൊട്ടിച്ചെറിയട്ടെ വിലക്കുകൾ

മാറ്റിയെഴുതട്ടെ ദുരാചാരങ്ങൾ
ശക്തിയാർജ്ജിക്കട്ടെ
പടവുകളോരോന്നായി സധൈര്യം
ചവിട്ടി മുന്നേറട്ടെ
തിളങ്ങട്ടെ നാരീജന്മം

18. അമ്മ

സ്നേഹംവും, സഹനവും ത്യാഗവും
സൃഷ്ടിക്കാധാരവുമാണമ്മ
അമ്മിഞ്ഞപ്പാലിനൊപ്പം
സ്നേഹാമൃതവുമൂട്ടുന്നു.
കുഞ്ഞിളം ചുണ്ടിൽ
ആദ്യചുംബനമേകുമ്പോൾ
പേറ്റുനോവിൻ നിശ്വാസം
ആത്മനിർവൃതിയാകുന്നു
അമ്മയാണ് ആദ്യാക്ഷരം
ചൊല്ലും ഗുരുവാകുന്നത്
നന്മയെന്നാലമ്മ
യാണെന്നറിയുന്നു
അമ്മയാണ് സംഗീതമെന്ന
റിഞ്ഞാലോലമാടിയുറങ്ങുന്നു
കുഞ്ഞിക്കാലടി പിച്ചവെയ്ക്കുമ്പോൾ
അമ്മയാണ് ധൈര്യമെന്നറിയുന്നു
ഓരോ ഗുണങ്ങളുമറിയുന്നു
അമ്മയിലൂടെ ലാളനയിലൂടെ
ലോകമാകും വിദ്യാലയത്തിലെ
പ്രഥമഗുരുവല്ലോ അമ്മ
അമ്മ ചൊല്ലും വാക്കുകൾ
ഉത്തമപാഠങ്ങൾ
ആ പാഠം പഠിച്ചുയരുന്ന

മക്കളെന്നും അജ്ജയ്യർ
ലോകത്തിനുപകരിയായി
നാടിന്നഭിമാനമായി
കീർത്തി നേടും മക്കൾ
അമ്മയുടെ ജീവിതം ധന്യമാകുന്നു.

19. വസന്തം വന്നെത്തി വീണ്ടും

പൂവിതളിലെ ഹിമകണം പോലെ
നിറനിലാവ് പൂത്തുലഞ്ഞു നിൽക്കും
പൗർണമി രാവ് പോലെ
ആലോലമാടി തഴുകിയെത്തും
മന്ദമാരുതനെപ്പോലെ
സ്നേഹസൗരഭ്യം വഴിഞ്ഞൊഴുകും
നിലവിളക്കിൻ ശോഭ പോലെ
നന്മകൾ നിറഞ്ഞു കവിയുന്നൊരു
നിറപറപോലെ
ക്ഷണികമായോരി ജീവിതത്തിൽ
നമുക്കൊന്നിച്ചാഹ്ലാദിക്കാം
ജന്മസാഫല്യം നേടാം
കൂരിരുളിനപ്പുറമുള്ള പൊൻ വെളിച്ചവും
കുളിരേകുന്നൊരു ചാറ്റൽ മഴയും
കവിളിണകളെ തലോടുന്നൊരു
കുളിർകാറ്റിൻ സുഗന്ധവും
ആസ്വദിച്ചാനന്ദിക്കാം
വീണ്ടുമൊരു വസന്തകാലം
ആഗതമായതിൽ നിർവൃതി
നേടിയഭിമാനിക്കാം

20. ഹൃദയവാഹിനി

എവിടെയോ ഒഴുകിയകലുന്ന
ആ ഹൃദയവാഹിനിയിൽ
ഒരു കൊതുമ്പു വള്ളമകന്നുപോയി
അമരത്ത് ആളില്ലാതെ
തുഴയില്ലാതെ യാത്രക്കാരില്ലാതെ
ദൂരെ.. ദൂരെ..
മഴമേഘങ്ങൾക്കിടയിലേക്ക്
വിണ്ണിൻ വിഹായസ്സിലേക്ക്
താരകങ്ങൾക്കിടയിലേക്ക്
അവിടെ അവിടെ
അനിർവചനീയമാം
ആനന്ദമാസ്വദിക്കാനായി
ഒഴുകിയൊഴുകി നീ വരില്ലേ
നീയെൻ ചാരെ സഖി

21. വിസ്മയം

വാനവിസ്മയങ്ങളിൽ
ദീപ്തമായ വർണ്ണങ്ങളൊഴുകുന്ന
കാഞ്ചനമേടയിൽ
ആശ തൻ തേരിലെത്തുന്ന
സ്വപ്നങ്ങളുടെ പ്രതീക്ഷകളുടെ
നക്ഷത്രത്തിളക്കമാണെന്റെ ചിന്ത
പൂനിലാവൊളി വീശുന്ന
സുന്ദരരാത്രികളിൽ
അഗാധമായ നിശ്ശബ്ദതയുടെ
തന്ത്രികളിൽ വീണമീട്ടുന്ന
കുളിർതെന്നലിൻ
മർമ്മരമാണെന്റെ കവിത

22. ഹിമകണം

നിറനിലാവ് പൂത്തുലഞ്ഞു
നിൽക്കും പൗർണമി രാവിൽ
തലോടി തഴുകി വരും
മന്ദമാരുതനെ പോലെ
സ്നേഹമാകുമെണ്ണ പകർന്നു
തെളിഞ്ഞു കത്തും നിലവിളക്ക്
പോലെ നിൻ സൗഹൃദം
പൂവിതളിലെ ഹിമകണം
പോലെ മനോഹരം
വേദനയും കണ്ണീരുമെല്ലാം
മറന്നു നന്മകൾ നിറഞ്ഞ
വസന്തകാലത്തിലേക്ക്
തോളോട് തോൾ ചേർന്നു
യാത്രയാവാം

23. കുസൃതികാറ്റ്

നോവുകളും നെടുവീർപ്പുകളും
സന്തോഷത്തിൻ പൂച്ചെണ്ടുകളായി
പരിമളം പരത്തിയപ്പോൾ
ഞാനറിയാതെയെന്നിലെ
ക്കൈത്തിയ പൊൻവസന്തമേ
എന്നുള്ളിലണഞ്ഞു പോയ
സ്വപ്നങ്ങളുണർത്തിയതെന്തിനു
എന്നെ നോവിക്കാനായിരുന്നോ
മന്ദമാരുതനായി യെന്നെ തഴുകി
നീയാശ്വസിപ്പിച്ചുവല്ലോ നിന്റെ
കിരണങ്ങളാലെന്നേ പുണർന്നന്ലോ
എന്തിനാണ് നിനക്കെന്നോട് പരിഭവം
ഒരു കുഞ്ഞു പൂവായി വിരിഞ്ഞ ഞാനും
നിന്റെ സഖിയല്ലേ...
ലോകമാകും മലർവാടിയിലെ
പരിമളമേകും മലരുകളല്ലേ
ഇതൾ കൊഴിഞ്ഞു മണ്ണിനെ
പുൽകേണ്ട കുസുമങ്ങളല്ലേ

24. പഥികൻ

വഴിയറിയാതെയുഴലുന്നൊരു
ഏകാന്തപഥികനാണു ഞാൻ
എൻവഴിയിലാരേയും കാണ്മതില്ല
ഞാനെനിക്കൊപ്പം ചേർത്തു നിർത്താൻ
ആരൊക്കെയോ വന്നു പോയി
നോക്കെത്താദൂരം നീണ്ടുകിടക്കുമീ
വഴിയാത്രയ്ക്കിടയിലൊന്നു വിശ്രമിക്കാൻ
കൊതിക്കുന്നൂയെൻ മനവും മേനിയും
പൈദാഹവുമെനിക്കേറെയുണ്ട്
ഇനിയെത്രദൂരം താണ്ടണം ഞാനീ
ജീവിതവീഥിയിലേകനായി
പറയൂ തെന്നലേ നീ

25. അക്ഷരങ്ങൾ

അനശ്വരമാകുമക്ഷരങ്ങൾ
ഉയരട്ടെ അനീതിക്കെതിരായി
അവശരാകും മനസ്സുകൾക്ക്
സാന്ത്വനസ്പർശമായി
ഹൃദയം കവരുന്ന മുത്തുമണികളായി
കുളിരണിയിക്കുന്ന ഹിമകണമായി
കാണാത്ത കാഴ്ചകൾ കാണാം
കേൾക്കാത്ത നാദങ്ങൾ കേൾക്കാം
തിരിച്ചറിവേകുന്നൊരു ആയുധമല്ലോ
അറിവാകുമക്ഷരങ്ങൾ
അക്ഷരങ്ങളെ പുണർന്നു
അവയിൽ ലയിക്കുമ്പോൾ
കിട്ടുന്നൊരാനന്ദം.. നിർവൃതി
മറ്റൊന്നിൽ നിന്നും കിട്ടില്ലെന്നത്
വാസ്തവം ആണല്ലോ

26. മൗനം

പറയാത്ത മൊഴികളിൽ
നിന്നെല്ലാം ഞാൻ വായിച്ച
തൊക്കെയും നിൻ മൗന
നൊമ്പരങ്ങളായിരുന്നു
നിൻ നീല മിഴികളെപ്പോഴും
മൗനമായി മന്ത്രിച്ചിരുന്നു
നിൻ ഹൃദയമെനിക്കായ്
തുടിക്കുന്നുവെന്ന്
അറിഞ്ഞിട്ടുമറിയാതെ
അകന്നുപോയതെന്തേ
വാർമുകിലേ... കണ്ണീർ
തുള്ളികളായി പെയ്തിറങ്ങാനോ

27. പൂക്കളും പൂമ്പാറ്റകളും

കിളികളും.. കുഞ്ഞുങ്ങളുമെല്ലാം
പ്രണയവർണ്ണങ്ങൾ
പ്രകൃതിയിലെ ചാരുതയേറിയ
പ്രണയത്തിൻ മുഖ മുദ്രകൾ
നിസ്വാർത്ഥമായി നിർമ്മലമായി
അനശ്വരമായി അനന്തമായി
പരിലസിക്കുന്നൂഴിയിൽ
സർവ്വജീവജാലങ്ങളും
കോർത്തിണക്കിയിരിക്കുന്നു
പ്രണയത്തിൻ മുത്തുമണികളാൽ
വജ്രം പോൽ തിളങ്ങട്ടെ
ധരണിയിൽ പ്രണയവർണ്ണങ്ങൾ

28. ബന്ധങ്ങൾ

ചില ബന്ധങ്ങൾ നവരതങ്ങൾ
പോലെ തിളങ്ങുന്നു
മനസ്സിന്റെ അടിത്തട്ടിൽ
ആരും കാണാതെ ഒളിഞ്ഞിരിക്കും
ഇടയ്ക്കൊന്നെത്തി നോക്കിക്കൊണ്ടിരിക്കും
ഓർക്കുമ്പോൾ ഏറെ സുഖമേകിക്കൊണ്ട്
ചിലപ്പോൾ അതിലേറെ ദുഃഖവും
എത്രയൊക്കെ മറക്കാൻ ശ്രമിച്ചാലും
വീണ്ടും വീണ്ടും തെളിഞ്ഞു നിൽക്കും
ഇനിയൊരിക്കലുമോർക്കരുതെന്ന്
കരുതി മണ്ണിട്ട് മൂടാൻ ശ്രമിച്ചാലും
പിന്നെയും പിന്നെയും മറനീക്കി
പുറത്തു വന്നു കൊണ്ടിരിക്കും
പട്ടടവരെ തുടരുമീയോർമ്മകളെ
കാണാതെ പോകാനാകില്ലൊരിയ്ക്കലും
അത്രമേൽ ഹൃത്തിൽപതിഞ്ഞവയാണവയെല്ലാം

"

29. പൊട്ടിച്ചെറിയൂ

പുരുഷമേധാവിത്വത്തിന്നിരയാകുന്നു
നാരിതൻ മനവുമുടലും
പൂവിതൾ പോൽ
മൃദുലമാം മേനിയും
ഹിമകണം പോൽ
നൈർമല്യമാം മനവും
കാണാനും തൊട്ടറിയാനും
വിവേകമില്ല കഷ്ടം!
ഓരോ സ്ത്രീജന്മവും
കരാളഹസ്തങ്ങളിൽ
ബന്ധനസ്ഥയായി ജീവിതം
തള്ളിനീക്കുന്നു
ഉണരട്ടെ തരുണികളെ
നിങ്ങളിലെ വ്യക്തിത്വവും
ജന്മവാസനകളും, വിവേകവും
ആത്മാഭിമാനവും, ശക്തിയും
മേധാവിത്വത്തിൻ ചങ്ങല
പൊട്ടിച്ചെറിയൂ........
സ്വാതന്ത്രരാകൂ
വിശാലമായ ലോകം
നിങ്ങളുടേതുമാണ്
കർമനിരതരായി രാജ്യ

പുരോഗതിക്കും മാനവ
സേവനത്തിനുമായി
പ്രയത്നിക്കൂ...
ലോകമറിയട്ടെ നാരി
തൻ ശക്തിയും വൈഭ വവും
നിങ്ങളിലെ കഴിവിനെ
ഉണർത്തി മുന്നേറുക

30. അക്ഷരദീപം

ഇരുളിലേക്ക് നീങ്ങുമെൻ
ജീവിതയാത്രയിൽ വെളിച്ചം
പകർന്നു നീ അക്ഷരമുത്തുകളായി
സൗഹൃദതേന്മഴയായിയെന്റെ
ഹൃത്തിൽ പെയ്തിറങ്ങി
തിരശീലയുയർത്തിയെന്നെ
വേദിയിലേക്കാനയിച്ചുവല്ലോ
വിശിഷ്ടവ്യക്തികൾ തൻ നടുവിലായി
നമിക്കുന്നൂ വാക്ദേവതേ
നീയെന്നിൽ ചൊരിഞ്ഞ
കൃപയ്ക്ക് മുന്നിൽ
എൻ തൂലികയിലെന്നും
നിന്നനുഗ്രഹമുണ്ടാകണേ..
ദേവീ കരുണാമയി
ഈ ജീവൻ പൊലിയും വരെയും
അക്ഷരങ്ങളെ പുണർന്നു
സാഹിത്യനഭസ്സിലൊരു
കുഞ്ഞു താരകമായി
പ്രഭചൊരിയട്ടെ ഞാനും

31. തുടക്കം

ഹൃദയ തന്ത്രികൾ വീണമീട്ടി
തുടങ്ങിയപ്പോൾ
അവളറിയാതെയവളുടെ
തൂലികയിൽ നിന്നുമക്ഷരങ്ങൾ
പെയ്തു തുടങ്ങി....
നീരുറവപോലെ...
നീലാകാശംപോലെ...
നീലമേഘംപോലെ...
വിണ്ണിലെ ചെഞ്ചായ
ക്യാൻവാസിൽ ചിത്രങ്ങളായി
തെന്നലവളെ തലോടി
തഴുകിയുണർത്തി
നാദസ്വരമേകി കിളികൾ
ഉണർവേകി
കുസുമങ്ങൾ അനുരാഗത്തിൻ
പൂമ്പൊടി വിതറി
പൂമ്പാറ്റകളവളുടെ നയനങ്ങളിൽ
വർണ്ണചിത്രമെഴുതി
മൂളിപ്പാട്ടുമായി വണ്ടുകൾ
കാതിൽ കിന്നാരമോതി
പൂങ്കാവനത്തിൽ പൂങ്കുയിൽ
പാട്ടു കേട്ടവളുടെ മനം
ആനന്ദനിർവൃതിയാൽ നൃത്തമാടി

32. നിർമ്മാല്യം

തിരിച്ചു പോകണം ഭൂതകാല തേരിലേറി
പിറകോട്ടു പായണം
ധനുമാസകുളിരിൽ മാമ്പൂ
മണമുള്ള കാറ്റേറ്റ്
നിർമ്മാല്യം തൊഴാൻ
തുളസിയും വനമാലയും
കനകാംബരവും മുല്ലയും
ചേർത്ത് മാല കെട്ടേണം
നാക്കിലയിൽ തീർത്ഥവും
ഭക്തിയും തളിച്ചു ഉണ്ണിക്കണ്ണന്
ചാർത്തി നിർമ്മാല്യം തൊഴണം
നിൻ തിരുനടയിൽ അഞ്ജലി
കൂപ്പി വണങ്ങുന്നൂ ഞാൻ
എന്നുള്ളം നിറയെ നിൻ
രൂപമാണല്ലോ
നൈവേദ്യവുമായി എഴുന്നള്ളിപ്പിനും
ആറാട്ടിനും പോയി
കണ്ണനുഭജന പാടണം
കണ്ണന്റെ തോഴിയാണെന്ന് അഹങ്കരിക്കണം
പൂഴിമണലിൽ ഉരുണ്ടു പിരണ്ടു
റാണിയും മക്കളും കളിക്കേണം
ഒടുവിൽ നടയടയ്ക്കും മുമ്പേ
കണ്ണന്റെ കള്ളപുഞ്ചിരിയും

അവൽപ്രസാദവും വാങ്ങി
എനിക്ക് സായൂജ്യമടയേണം

33. പ്രണയം

ആരാണ് നീയെനിക്കാരാണ്
ആരെന്നറിയുവാൻ ഞാൻ തിരഞ്ഞു
പുല്ലിലും പൂവിലും
നീർക്കണമായി നിൽക്കും
മഞ്ഞുതുള്ളിതൻ പരിശുദ്ധിയോ
ഞെട്ടറ്റുവീഴും പത്രങ്ങൾക്കും
കൊഴിഞ്ഞു വീഴും ദളങ്ങൾക്കും
താളമുണ്ട്
പ്രണയത്തിൻ താളം
പ്രകൃതിയുടെ താളം
കുസുമങ്ങൾ വിരിയാനായി
ട്ടർക്കനെ പ്രണയിക്കുന്നു
നിശാഗന്ധികൾ തിങ്കളെയും
ഉദയാസ്തമയങ്ങളി
വയ്ക്കായി വേദിയോരുക്കുന്നല്ലോ

34. ആരു നൽകി

പ്രിയ സഹോദരി നീ തന്ന സ്നേഹപ്പൂക്കളൊക്കെയും
എന്നോർമ്മകളെ താലോലിച്ചൊരു
പൂച്ചെണ്ടായി നറുമണം പരത്തിയെൻ
മനതാരിൽ വിലസിക്കുന്നു പ്രിയ സഖി
നിന്റെ പൂക്കളെ തൊടാൻ കൊതിക്കുന്നു ഞാൻ
പകരം തരാം നിനക്കായെൻ സ്നേഹസൗഹൃദത്തിന്റെ
വാടാമലർക്കാലം സപ്തവർണ്ണങ്ങളിൽ വാനിൽ
വിരിയും വാർമഴവില്ലേ വർണ്ണമനോഹരമാം
പീലിവിടർത്തിയാടും ഭംഗിയേറും മയിലേ
കണ്ണിനാനന്ദമേകും നിറങ്ങളാരു നൽകി
പ്രകൃതിയാണോ സൃഷ്ടികർത്താവാണോ

35. കണിക്കൊന്ന

മേടപ്പുലരിയുടെ പൊന്നൊളിയിൽ
പൊൻ പ്രഭയാൽ പൂത്തുവിരിയും കർണ്ണികാരമേ
വിഷുപ്പുലരിയെ വരവേൽക്കാനൊരുങ്ങിനിൽക്കും
പീത സുന്ദരീ
ആലോലമാടി പുഞ്ചിരിക്കും നിന്നെയല്ലോ
കണ്ണനേറെയിഷ്ടം
പീതവർണ്ണം തൂകും നീ പീതാംബരന്റെ തോഴിയല്ലേ
കണ്ണിനു കണിയായ്യുണരും പൊൻ കണി കൊന്ന മലരേ
വിഷുപ്പക്ഷി തന്നീണത്തിൽ നീ നൃത്തമാടു

36. ഒപ്പം

തനിച്ചാവില്ലെന്നെൻ മനമെന്നോട്
മന്ത്രിക്കുന്നു നിരന്തരം
സൂര്യ ചന്ദ്ര പ്രഭയെന്നും ഭൂമിയിൽ പതിയും പോലെ
പാലോളി വിതറും താരങ്ങളും കണ്ണു ചിമ്മി ചിരിക്കുന്നു
വൃക്ഷലതാദികൾ നൃത്തമാടി സമ്മതിക്കുന്നു
മൃത്യുവിൻ ക്ഷണം കിട്ടും വരെയൊപ്പമുണ്ടെന്ന്
വായുവും തലോടി തഴുകിയാശ്വസിപ്പിക്കുന്നു.

37. പൂജനീയ ജന്മം

നാരിയെ മാനിക്കാത്ത വേദങ്ങളില്ല
അംഗനയെ വർണ്ണിക്കാത്ത കാവ്യങ്ങളില്ല
ചിത്രങ്ങളിൽ സുന്ദരി സ്ത്രീ തന്നെ
സമസ്തഭാവവുമവളിൽ നടനം ചെയ്യുന്നൊരു
കേളിരംഗമാണ് നാരിതൻ മനം
ശാന്തയും സൗമ്യയും മോഹിനിയും രുദ്രയുമാണവൾ
വേഷം പകർന്നാടുമ്പോഴും
ഹിമകണം പോൽ പരിശുദ്ധിയും
പൂവിതൾ പോൽ മൃദുലയുമാണവൾ
കുടുംബത്തിൻ നിലവിളക്കായി പ്രഭ ചൊരിയുമ്പോഴും
വിളക്കിത്തിരി പോൽ അവളുടെ മനമെരിയുന്നു
സ്നേഹത്തിൻ നെയ്യ് നിറഞ്ഞൊഴുകട്ടെ
പ്രകാശം പകരും നിലവിളക്കിൽ
കെടാതെ കെടുത്താതെ തെളിഞ്ഞു പ്രകാശിക്കട്ടെ

38. സഖി

നിൻ ഹൃദയ വാതിൽ എനിക്ക് മുന്നിലായി
തുറന്നുവല്ലോ സഖി ,അതിലൂടെയനന്തമാം
നീലവാനിലൊരു പറവപോൽ പറന്നുയരട്ടെ
മലനിരകളിലെ കുളിർകാറ്റിൽ തണുക്കട്ടെ
മഴമേഘങ്ങളിൽ തൊട്ടുതലോടി വർഷമായി
പെയ്തിറങ്ങട്ടെ ധരണിയുടെ മാറിൽ
പുതുനാമ്പുകൾ ഹർഷപുളകിതരായി മുളയ്ക്കട്ടെ

39. നൊമ്പരമാം മധുരചുംബനം

പ്രാണനായി കരുതിയതൊക്കെയും
നിമിഷങ്ങൾക്കകം
കണ്ണിൽ നിന്നും മാഞ്ഞു പോകുമ്പോൾ
ഇടനെഞ്ചിൽ പിടയുന്നു
ജീവനിശ്വാസങ്ങൾ
തന്റെതെന്നു കരുതിയോമനിച്ച
സ്വപ്നങ്ങൾ കൈവിട്ടുപോകുമ്പോൾ
മനസ്സിൽ നൊമ്പരങ്ങൾ
ആർത്തലയ്ക്കുന്നു
കണ്ണീർക്കിനാക്കൾ ഇടവപ്പാതി
പോലെ തിരിമുറിയാതെ
പെയ്തൊഴിയുന്നു

40. നമിക്കുന്നു മാലാഖമാരെ

നമിക്കുന്നു മാലാഖമാരെ
നിസ്വാർത്ഥ സേവനത്തിൻ മുത്തുകളെ
ദീനരാം മനസ്സുകൾക്കാശ്വാസമേകുന്നവരേ
വിളക്കേന്തു മമ്മ തൻ മക്കളായ്
പാരിടമാകെ ശാന്തിയേകുന്നൂ
നിങ്ങളുടെ സുസ്മേര വദനവും
സാന്ത്വനമേകും പരിചരണവും
ആതുരാലയത്തിൽ കുളിർ തെന്നലാകുന്നു.
സ്തുതിച്ചീടുന്നു നിങ്ങൾ
തൻ കർമ്മത്തെ
വേപഥു പൂണ്ട മനസ്സിൽ
കുളിർ മഴയായി പെയ്യുന്ന നിങ്ങൾ
തൻ പുണ്യ സേവനം
: വെൺപ്രാവുകളായി ശാന്തിതൻ മന്ത്രവുമായി
മണ്ണിൽ പിറന്ന മാലാഖമാരി വർ
അവർക്കായി നല്കിടാം
നിറപുഞ്ചിരിയും സ്നേഹവും
ആദരിയ്ക്കാം നന്മ മനസ്സുകളെ
വിളിപ്പുറത്തെത്തുന്ന മാലാഖമാരെ
തന്നുള്ള മെരിയുമ്പോഴും
മന്ദഹാസം പൊഴിയും മുഖവുമായിട്ടെത്തുന്നവരെ
ചേർത്ത് നിർത്തി യാദരിക്കാമെന്നന്നും

41. വിപ്ലവം

ചെമ്പകപ്പൂവിന്റെ മാസ്മര ഗന്ധമാണ്
പ്രണയമെന്നവൻ.
പറഞ്ഞപ്പോൾ
ഞാനതിനെ വല്ലാതെ സ്നേഹിച്ചു.
ക്യാമ്പസ് വഴിയിൽ പൂമെത്ത വിരിച്ച
വാകപ്പൂക്കൾ കൈക്കുടന്നയിലെടുത്തതിലെൻ
ഹൃദയമുണ്ടെന്നറിയിച്ച പ്പോളതിനേയും
ഹൃദയത്തോടു ചേർത്തി
ഒടുവിൽ ചെങ്കൊടിക്ക് കീഴിൽ വിപ്ലവം മുഴക്കി
ഈവിപ്ലവമാണെൻ
പ്രണയമെന്നറിയിച്ചപ്പോഴോ ചെങ്കൊടിയുമെൻ
ഹൃദയത്തോടു ചേർത്തു വെച്ചു ഞാൻ .
പക്ഷേ .....അതായിരുന്നില്ല
ഞാനനുഭവിച്ച പ്രണയം
പ്രണയത്തിന്റെ നിർവ്വചനം
പലരിലും പല വിധമല്ലോ

42. പ്രണയിനി

പ്രപഞ്ച സൗന്ദര്യമൊന്നായി
ചാലിച്ചെഴുതിയൊരീ ലാവണ്യം
നിനക്ക് സ്വർഗ്ഗീയാനുഭൂതി നൽകുമ്പോൾ
പൂമ്പൊടി തിന്നുന്മത്തനായ്
പൂക്കൾ തൻ പരിരംഭണങ്ങളിലമരുമ്പോൾ
ഓർക്കുക ചിത്രശലഭമേ...
എത്ര മേലഴകുണ്ടെന്നാലും
ഒരു പൂവിനേയും നോവിച്ചിടരുതെന്ന്
ഒരു ദളങ്ങളെയും ഞെരിഞ്ഞ മർത്തരുതെന്ന്
സ്നേഹവനികയിൽ നിങ്ങളെന്നും
നിഷ്കളങ്ക പ്രണയിനികളാവുക
നിൻ വർണ്ണച്ചിറകും പൂവിൻ ദളങ്ങളും
ഒരു നാൾ കൊഴിഞ്ഞു പോകും വരെ

43. പരസ്പരാശ്രയത്വം

ഒരുകിങ്ങിണി മുട്ടയിൽ നിന്ന്
പുഴുവായ്. പ്യൂപ്പയായ് പൂമ്പാറ്റയായ്
ജീവിത ചക്രം പൂർത്തിയാക്കുമ്പോൾ
കാത്തിരിക്കുന്നതോ മണ്ണിലെ താരകൾ
തെന്നലിനൊപ്പം പാറി നടന്നും
പൂന്തേനുണ്ടും പരാഗ രേണുക്കൾ വിതറിയും
പരസ്പരാശ്രയത്തിന്റെ ഉദാത്ത മാതൃക തീർക്കുന്നോർ
കണ്ടു പഠിക്കുക മനുജാ.
ഈ അല്പായുസ്സുകളുടെ സേവനത്തെ

44. പുണരൽ

മഹാമാരിയാം സൂക്ഷ്മാണുവേ
നീയെന്നയെന്തിനിത്ര സ്നേഹത്തോടെ
വാരിപ്പുണർന്നു നിൻ കരങ്ങളിൽ കിടന്നു ഞാൻ
വേപഥു കൊള്ളുന്നു എന്നെ മുക്തയാക്കൂ വേഗം
എന്റെ   കുടുംബത്തോടൊപ്പം   എന്റെ
സഹജീവികളോടൊപ്പം
ഇനിയുമേറെ കാലം പോകേണ്ട തുണ്ടെനിക്കു
വൈറസേ മനുഷ്യകുലം ചെയ്ത തെറ്റിൻ
ശിക്ഷയാണിതെന്നറിയാം ആവർത്തിക്കില്ല
ഞങ്ങൾ പ്രകൃതി ചൂഷണവും, മാലിന്യ നിക്ഷേപവും
ഞങ്ങൾക്ക് മാപ്പ് തന്നു
ഞങ്ങളെ വിട്ടു പോകൂ
ഈ ധരണിയിൽ നിന്നു തന്നെ
ഇനിയൊരിക്കലും തിരിച്ചു വരില്ലെന്ന്
സത്യം ചെയ്തു കൊണ്ട്